English - Tamil

My first Picture Dictionary

Designed and edited by : Maria Watson

Translated by : N. Chokkan

 Biblio Bee Publications

English - Tamil
My First Picture Dictionary

© Publishers

ISBN: 978 1 908357 90 8

Published by
Biblio Bee Publications
An imprint of **ibs BOOKS (UK)**
PH 411, Premier House, 1 Canning Road, Harrow HA3 7TS
Tel: 020 8900 2640, Fax: 020 3621 6116, email: sales@starbooksuk.com
www.starbooksuk.com

First Edition : 2016

Printed at : Star Print-O-Bind, New Delhi-110 020 (India)

This dictionary has been published in the following languages:
Arabic, Bengali, Chinese, Croatian, Farsi, French, Gujarati, Hindi,
Latvian, Lithuanian, Pashto, Polish, Portuguese, Punjabi, Romanian,
Russian, Spanish, Tamil and Urdu.

Aa

actor

நடிகர்   nadigar

actress

நடிகை   nadigai

adult

பெரியவர்
periyavar

aeroplane
US English **airplane**

விமானம்
vimaanam

air conditioner

குளிர்சாதனம்
kulirsaathanam

air hostess
US English **flight attendant**

விமானப் பணிப்பெண்
vimana panippen

airport
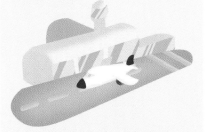
விமான நிலையம்
vimana nilayam

album

படப்புத்தகம்
padapputhagam

almond

பாதாம்   badam

alphabet

எழுத்துகள்
ezuthugal

ambulance

மருத்துவ சேவை வாகனம்
maruthuvasevai vaaganam

a b c d e f g h i j k l m n o p q r s t u v w x y z

angel

தேவதை devathai

animal

மிருகங்கள்
mirugangal

ankle

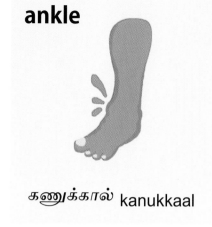

கணுக்கால் kanukkaal

ant

எறும்பு erumbu

antelope

மான் maan

antenna

உணர்கொம்பு
unarkobmu

apartment

அடுக்ககம்
adukkagamgam

ape

வாலில்லாக் குரங்கு
vaalillaa kurangu

apple

ஆப்பிள் பழம்
aappil pazham

apricot

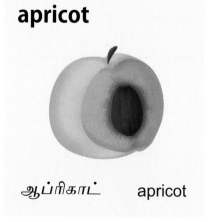

ஆப்ரிகாட் apricot

apron

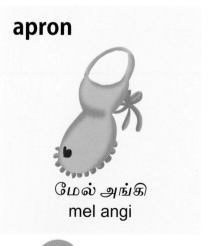

மேல் அங்கி
mel angi

aquarium

மீன்காட்சியகம்
meenkaatchiyagam

archery

அம்பு எய்தல்
ambu eythal

architect

கட்டுமான நிபுணர்
kattumaana Nipunar

arm

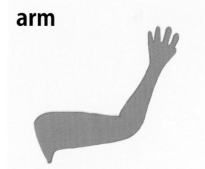

கை   kai

armour
US English **armor**

கவச உடை
kavasa udai

arrow

அம்பு   ambu

artist

ஓவியர்   oviyar

asparagus

தண்ணீர்விட்டான்
thanneervittaan

astronaut

விண்வெளி வீரர்
vinvell veerar

astronomer

வானிலை ஆய்வாளர்
vaanilai aayvaalar

athlete

தடகள வீரர்
thadakala veerar

atlas

உலக வரைபடம்
ulaga varaipadam

aunt

அத்தை   aththai

a b c d e f g h i J k l m n o p q r s t u v w x y z

a b c d e f g h i j k l m n o p q r s t u v w x y z

author

ஆசிரியர் aasiriyar

automobile

தானியங்கி வாகனம்
thaaniyangi vaaganam

autumn

இலையுதிர்காலம்
ilaiyuthirkaalam

avalanche

பனிச்சரிவு
panichcharivu

award

விருது virudhu

axe

கோடரி koodari

Bb

baby

குழந்தை kuzhanthai

back

முதுகு muthugu

bacon

பன்றி இறைச்சி
panri iraichchi

badge

சின்னம் sinnam

badminton

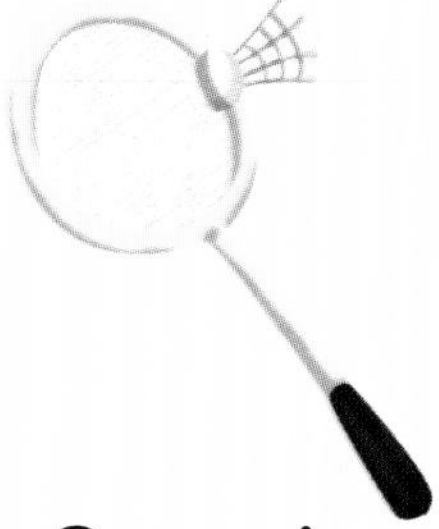

இறகுபந்து
iragupanthu

bag

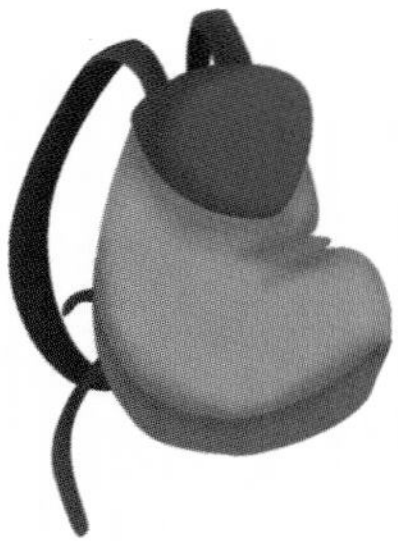

பை   pai

baker

அடுமனையாளர்
adumanaiyaalar

balcony

துருத்துமாடம்
thuruththumaadam

bald

வழுக்கை   vazhukkai

ball

பந்து   panthu

ballerina

பாலரினா கலைஞர்
ballerina kalainjar

balloon

ஊதற்பை   oothlpai

bamboo

மூங்கில்   moongil

banana

வாழைப்பழம்
vaazhaippazham

band

இசைக்குழு
isaikkuzhu

bandage

கட்டு   kattu

barbeque

பார்பெக்யூ
barbeque

barn

குடில்   kudil

barrel

பீப்பாய்   peeppaay

baseball

பேஸ்பால்
baseball

basket

கூடை   koodai

basketball

கூடைப்பந்து
koodaippanthu

bat

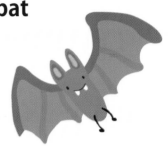

வெளவால்
vavvaal

bath

குளியல்   kuliyal

battery

மின்கலம்   minkalam

bay

வளைகுடா
valaikudaa

beach

கடற்கரை
kadarkarai

beak

அலகு   alagu

bean

பீன்   bean

bear

கரடி   karadi

beard

தாடி   thaadi

bed

படுக்கை   padukkai

bee

தேனீ   thenee

beetle

வண்டு   vandu

beetroot

பீட்ரூட்   beetroot

bell

மணி   mani

belt

இடுப்புப்பட்டை
iduppuppattai

berry

பெர்ரி   berry

bicycle

மிதிவண்டி
mithivandi

billiards

பில்லியர்ட்ஸ்
billiards

bin

குப்பைத்தொட்டி
kuppaiththotti

bird

பறவை   paravai

biscuit

பிஸ்கெட்   bisket

black

கருப்பு   karuppu

blackboard

கரும்பலகை
karumpalagai

blanket

போர்வை   porvai

blizzard

பனிப்புயல்
panippuyal

blood

இரத்தம்   raththam

blue

நீலம்   neelam

boat

படகு   padaku

body

உடல்   udal

bone

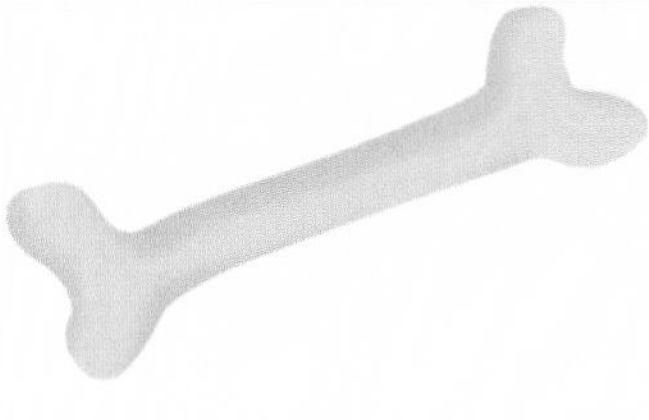

எலும்பு   elumbu

book

புத்தகம்   puththagam

boot

பூட் காலணி
boot kaalani

bottle

குப்பி   kuppi

bow

முடிச்சு   mudichchu

bowl

கிண்ணம்   kinnam

box

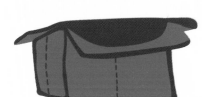

பெட்டி   petti

boy

சிறுவன்   siruvan

bracelet

காப்பு   kaappu

brain

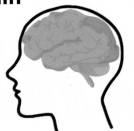

மூளை   moolai

branch

கிளை   kilai

bread

ரொட்டி   rotti

breakfast

காலை உணவு
kaalai unavu

brick

செங்கல்   sengal

a
b
c
d
e
f
g
h
i
j
k
l
m
n
o
p
q
r
s
t
u
v
w
x
y
z

bride

மணப்பெண்
manappen

bridegroom

மணமகன்
manamagan

bridge

பாலம்   paalam

broom

துடைப்பம்
thudaippam

brother

சகோதரன்
sagotharan

brown

பழுப்பு   pazhuppu

brush

தூரிகை   thoorigai

bubble

குமிழி   kumizhi

bucket

வாளி   vaali

buffalo

எருமை   erumai

building

கட்டடம்   kattadam

bulb

விளக்கு   vilakku

bull

காளை kaalai

bun

பன் bun

bunch

பூங்கொத்து
poongoththu

bundle

கட்டு kattu

bungalow

பங்களா bungalow

burger

பர்கர் burger

bus

பேருந்து perunthu

bush

புதர் puthar

butcher

கசாப்புக்கடைக்காரர்
kasaappukkadaikkaarar

butter

வெண்ணெய் vennei

butterfly

பட்டாம்பூச்சி
pattaampoochchi

button

பொத்தான் poththaan

Cc

cabbage

முட்டைக்கோஸ்
muttaikkos

cabinet

கேபினட் cabinet

cable

கம்பி வடம்
kambi vadam

cable car

கேபிள் கார்
cable car

cactus

கற்றாழை katraazhai

cafe

காப்பிக்கடை
kaappikkadai

cage

கூண்டு koondu

cake

கேக் cake

calculator

கால்குலேட்டர்
calculator

calendar

நாள்காட்டி
naalkaatti

calf

கன்று kanru

camel

ஒட்டகம்   ottagam

camera

புகைப்படக்கருவி
pugaippadaakkaruvi

camp

முகாம்   mugaam

can

கேன்   can

canal

கால்வாய்   kaalvaay

candle

மெழுகுவர்த்தி
mezhuguvarththi

canoe

சிறு படகு
chiru padagu

canteen

உணவகம்
unavagam

cap

தொப்பி   thoppi

captain

அணித்தலைவர்
aniththalaivar

car

கார்   car

caravan

கூண்டுவண்டி
koonduvandi

a b c d e f g h i J k l m n o p q r s t u v w x y z

card

அட்டை   attai

carnival

திருவிழா
thiruvizhaa

carpenter

தச்சர்   tachchar

carpet

கம்பளம்   kambalam

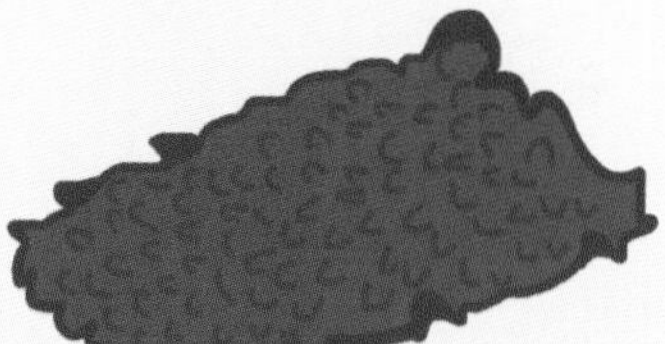

carrot

கேரட்   carrot

cart

வண்டி   vandi

cartoon

கேலிச்சித்திரம்
kelichchiththiram

cascade
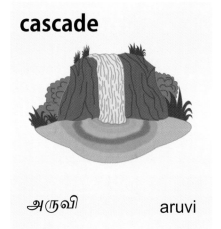
அருவி   aruvi

castle
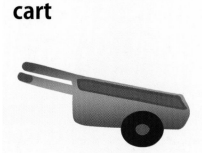
கோட்டை   koottai

cat
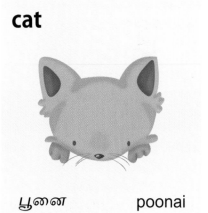
பூனை   poonai

caterpillar
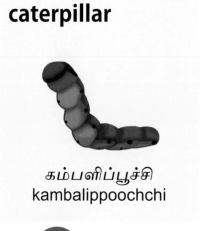
கம்பளிப்பூச்சி
kambalippoochchi

cauliflower

பூக் கோசு   pookkosu

cave

குகை   gugai

ceiling

கூரை   koorai

centipede

பூரான்   pooraan

centre
US English **center**

மையம்   maiyam

cereal

தானிய உணவு
dhaaniya unavu

chain

சங்கிலி   sangili

chair

நாற்காலி   naarkaali

chalk

சாக்பீஸ்   chalkpiece

cheek

கன்னம்   kannam

cheese

பாலாடைக்கட்டி
paalaadaikkatti

chef

சமையல்கலைஞர்
samaiyalkalainjar

cherry

செர்ரிப்பழம்
cherripazham

a b **c** d e f g h i J k l m n o p q r s t u v w x y z

chess

சதுரங்கம்
sathurangam

chest

மார்பு   maarbu

chick

கோழிக்குஞ்சு
koozhikkunju

chilli
US English **chili**

மிளகாய்   milagaay

chimney

புகைபோக்கி
pugaipookki

chin

தாடை   thaadai

chocolate

சாக்லெட்   chocolate

christmas

கிறிஸ்துமஸ்
christmas

church

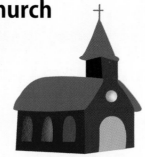

தேவாலயம்
dhevaalayam

cinema

திரைப்படம்
thiraippadam

circle

வட்டம்   vattam

circus

சர்க்கஸ்   circus

city
நகரம் nagaram

classroom
வகுப்பறை
vagupparai

clinic
மருந்தகம்
marunthagam

clock
கடிகாரம் gadigaaram

cloth
துணி thuni

cloud
மேகம் megam

clown
கோமாளி komaali

coal
நிலக்கரி nilakkari

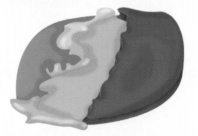

coast
கடலோரம்
kadalooram

coat
மேல் உடுப்பு
mel uduppu

cobra
நாகப்பாம்பு
naagappaampu

cockerel
US English **rooster**
சேவல் seval

cockroach

கரப்பான் பூச்சி
karappaan poochchi

coconut

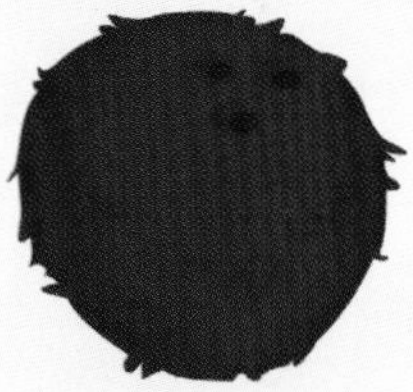

தேங்காய்   thengaay

coffee

காப்பி   kaappi

coin

நாணயம்   naanayam

colour
US English **color**

நிறம்   niram

comb

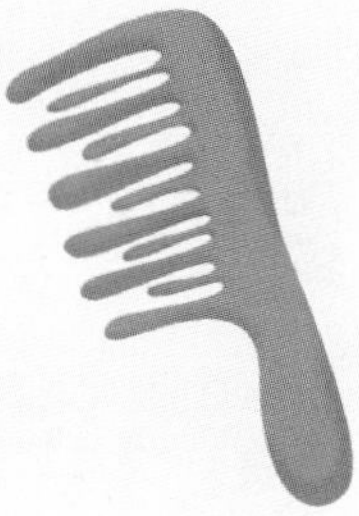

சீப்பு   seeppu

comet

வால்நட்சத்திரம்
vaalnatchathiram

compass

திசைகாட்டி
tisaikaatti

computer

கணினி   kanini

cone

கூம்பு   koombu

container

பாத்திரம் paaththiram

cook

சமையல்காரர்
samaiyalkaarar

cookie

குக்கீ பிஸ்கட்
coockie biscuit

cord

மின்சார வயர்
minsaara wire

corn

சோளம்   solam

cot

கட்டில்   kattil

cottage

குடிசை   kudisai

cotton

பருத்தி   paruththi

country

நாடு   naadu

couple

ஜோடி   joodi

court

நீதிமன்றம்
neethimanram

cow

மாடு   maadu

crab

நண்டு   nandu

crane

க்ரேன்   crane

crayon

வண்ண பென்சில்
vanna pencil

crocodile

முதலை　　muthalai

cross

சிலுவை　　siluvai

crow

காகம்　　kaagam

crowd

கூட்டம்　　koottam

crown

கிரீடம்　　kireedam

cube

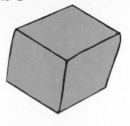

கன சதுரம்
gana sathuram

cucumber

வெள்ளரி　　vellari

cup

கோப்பை　　koppai

cupboard

கப்போர்ட்
cupboard

curtain

ஜன்னல்திரை
jannalthirai

cushion

குஷன்　　cushion

Dd

dam

அணைக்கட்டு
anaikkattu

dancer

நடனக் கலைஞர்
natana kalainjar

dart

டார்ட் அம்பு
dart ampu

data

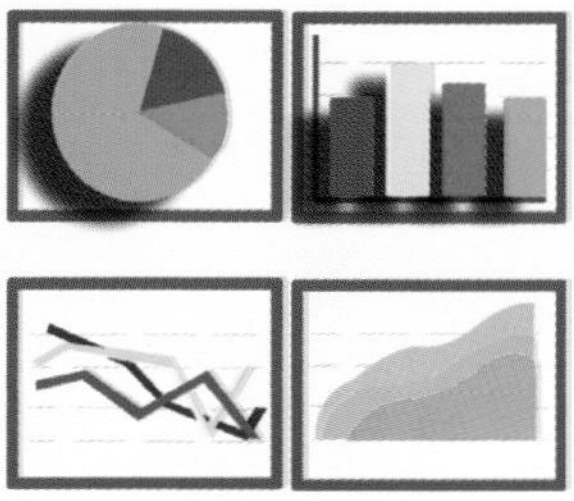

தகவல்கள்
thagavalgal

dates

பேரிச்சை
berichchai

daughter

மகள்   magal

day

நாள்   naal

deck

சீட்டுக்கட்டு
seettukkattu

deer

மான்   maan

den

குகை   gugai

dentist

பல்மருத்துவர்
palmaruththuvar

desert

பாலைவனம்
paalaivanam

design

வடிவமைப்பு
vadivamaippu

desk

மேசை   mesai

dessert

இனிப்பு   inippu

detective

துப்பறிவாளர்
thupparivaalar

diamond

வைரம்   vairam

diary

நாட்குறிப்பு
naatkurippu

dice

பகடை   pakadai

dictionary

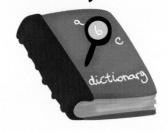

அகராதி   agaraathi

dinosaur

டைனோசர்
dinosaur

disc

வட்டு   vattu

dish

பாத்திரம் paaththiram

diver

நீர்மூழ்கு நிபுணர்
neermoozhgu nibunar

dock

கப்பல்துறை
kappalthurai

doctor

மருத்துவர்
maruththuvar

dog

நாய்   naay

doll

பொம்மை
bommai

dolphin

டால்பின்   dolpin

dome

குவிமாடம்
kuvimaadam

domino

டோமினோ
domino

donkey

கழுதை   kazhuthai

donut

டோனட்   donut

door

கதவு   kadhavu

dough

மாவு   maavu

dragon

டிராகன்   dragon

drain

வடிகால்   vadikaal

drawer

அலமாரி இழுப்பான்
alamaari izhuppaan

drawing

வரைதல்   varaithal

dream

கனவு   kanavu

dress

ஆடை   aadai

drink

பானம்   baanam

driver

ஓட்டுநர்   oottunar

drop

துளி   thuli

drought

பஞ்சம்   panjam

drum

முரசு   murasu

duck

வாத்து   vaaththu

dustbin
US English **trash can**

குப்பைத் தொட்டி
kuppai thotti

duvet

மெத்தை meththai

dwarf

குள்ளர் kullar

Ee

eagle

கழுகு kazhugu

ear

காது kaadhu

earring

காதணி kaathani

earth

பூமி boomi

earthquake

நிலநடுக்கம்
nilanadukkam

earthworm

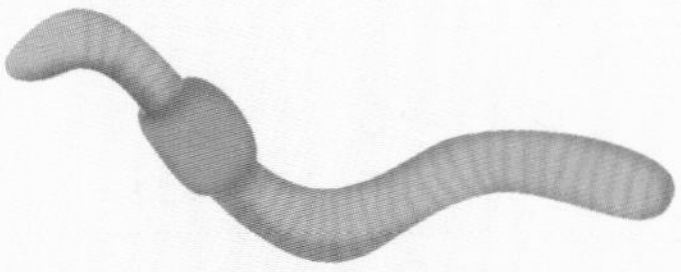

மண்புழு
manpuzhu

eclipse

கிரகணம் giraganam

edge

விளிம்பு vilimbu

eel

ஈல் eel

egg

முட்டை muttai

eight

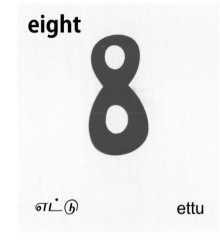

எட்டு ettu

elastic

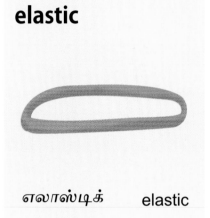

எலாஸ்டிக் elastic

elbow

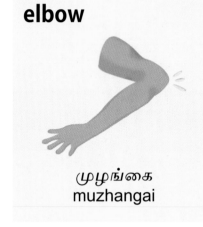

முழங்கை
muzhangai

electrician

மின்பணியாளர்
minpaniyaalar

electricity

மின்சாரம்
minsaaram

elephant

யானை yaanai

elevator

லிஃப்ட் lift

elf

எல்ஃப் elf

email

மின்னஞ்சல்
minnanjal

embroidery

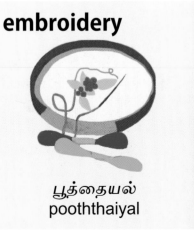

பூத்தையல்
poothaiyal

engine

எஞ்சின்   engine

entrance

நுழைவு   nuzhaivu

envelope

உறை   urai

equator

பூமத்திய ரேகை
boomathiyaregai

equipment

உபகரணங்கள்
ubakaranangal

eraser

அழிப்பான்
azhippaan

escalator

இயங்கும் படிக்கட்டு
iyangum padikkattu

eskimo

எஸ்கிமோ
eskimo

evening

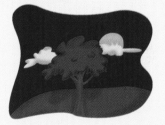

மாலை   maalai

exhibition

கண்காட்சி
kankaatchi

eye

கண்   kan

eyebrow

புருவம்   puruvam

Ff

fabric

துணி   thuni

face

முகம்   mugam

factory

தொழிற்சாலை
tozhirsaalai

fairy

தேவதை   dhevathai

family

குடும்பம்   kudumbam

fan

விசிறி   visiri

farm

பண்ணை   pannai

farmer

விவசாயி   vivasaayi

fat

குண்டு   gundu

father

தந்தை   thanthai

feather

இறகு   iragu

female

பெண் pen

fence

வேலி veli

ferry

படகு padagu

field

வயல் vayal

fig

அத்தி aththi

file

கோப்பு koppu

film

படச்சுருள்
padachchurul

finger

விரல் viral

fire

தீ thee

fire engine

தீயணைப்பு வாகனம்
theeyanaippu vaaganam

fire fighter

தீயணைப்பவர்
theeyanaippavar

fireworks

வாணவேடிக்கை
vaanavedikkai

fish

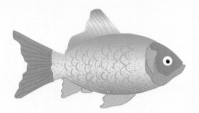

மீன் meen

fist

கைப்பிடி kaippidi

five

ஐந்து ainthu

flag

கொடி kodi

flame

சுடர் sudar

flamingo

ஃபிளமிங்கோ
flamingo

flask

குடுவை kuduvai

flock

மந்தை mandhai

flood

வெள்ளம் vellam

floor

தரை tharai

florist

பூவியாபாரி
pooviyaabaari

flour

மாவு maavu

flower

மலர்   malar

flute

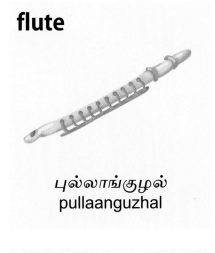

புல்லாங்குழல்
pullaanguzhal

fly

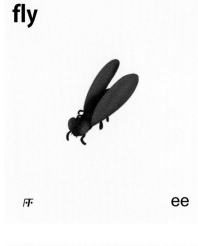

ஈ   ee

foam

நுரை   nurai

fog

மூடுபனி   moodupani

foil

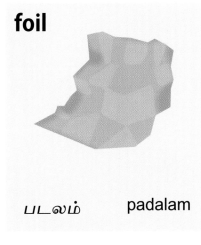

படலம்   padalam

food

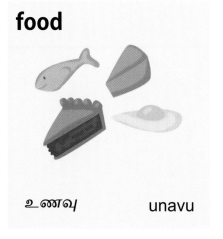

உணவு   unavu

foot

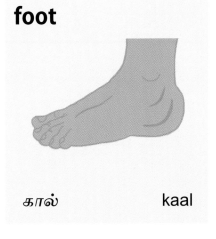

கால்   kaal

football

கால்பந்து   kaalpanthu

forearm

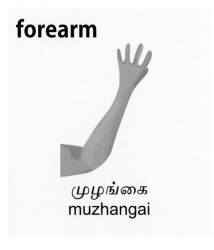

முழங்கை
muzhangai

forehead

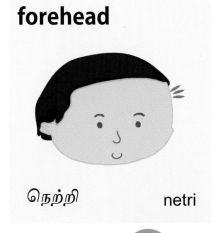

நெற்றி   netri

forest

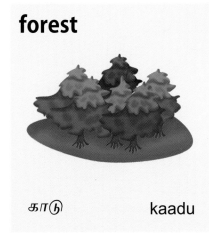

காடு   kaadu

fork

முள்கரண்டி
mulkarandi

fortress
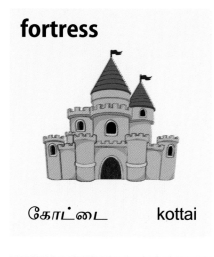

கோட்டை   kottai

fountain
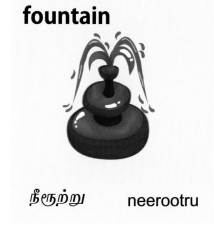

நீரூற்று   neerootru

four

நான்கு   naangu

fox

நரி   nari

frame

படச்சட்டம்
padachchattam

freezer

உறைவிப்பான்
uraivippaan

fridge
US English **refrigerator**

குளிர்சாதனப் பெட்டி
kulirsaathana petti

friend

நண்பர்   nanbar

frog
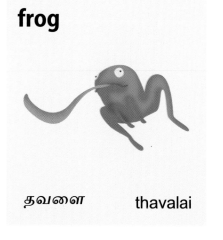

தவளை   thavalai

fruit

பழம்   pazham

fumes

புகை   pugai

funnel

புனல் punal

furnace

உலை ulai

furniture

அமர்வதற்கான பொருள்கள்
amarvatharkaana porulgal

Gg

gadget

கருவி karuvi

gallery

கண்காட்சி
kankaatchi

game

விளையாட்டு
vilaiyaattu

gap

இடைவெளி
idaiveli

garage

வாகனம் நிறுத்துமிடம்
vaaganam niruththumidam

garbage

குப்பை kuppai

garden

தோட்டம் thottam

garland

மாலை maalai

a b c d e f g h i J k l m n o p q r s t u v w x y z

a b c d e f g h i j k l m n o p q r s t u v w x y z

garlic

பூண்டு poondu

gas

எரிவாயு erivaayu

gate

வாயில் vaayil

gem

மாணிக்கம்
maanikkam

generator

ஜெனரேட்டர்
generator

germ

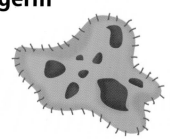

கிருமி kirumi

geyser

வெந்நீரூற்று
venneerotru

ghost

பேய் pey

giant

ராட்சஸன்
raatchasan

gift

பரிசு parisu

ginger

இஞ்சி inji

giraffe

ஒட்டகச்சிவிங்கி
ottagachchivingi

girl
பெண்   pen

glacier
பனிப்பாறை
panippaarai

glass
கண்ணாடி
kannaadi

glider
கிளைடர் விமானம்
glider vimaanam

globe
உலகப்பந்து
ulagapandhu

glove
கையுறை   kaiyurai

glue
பசை   pasai

goal
இலக்கு   ilakku

goat
ஆடு   aadu

gold
தங்கம்   thangam

golf
கோல்ப்   golf

goose
வாத்து   vaaththu

a b c d e f **g** h i j k l m n o p q r s t u v w x y z

gorilla

கொரில்லா
gorilla

grain

தானியம்
dhaaniyam

grandfather

தாத்தா
thaaththaa

grandmother

பாட்டி   paatti

grape

திராட்சை
dhiraatchai

grapefruit

கிரேப்ஃப்ரூட் பழம்
grapefruit pazham

grass

புல்   pul

grasshopper

வெட்டுக்கிளி
vettukkili

gravel

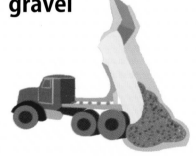

சரளைக்கல்
saralaikkal

green

பச்சை   pachchai

grey

சாம்பல்   saambal

grill

வாட்டு   vaattu

38

grocery

மளிகைசாமான்
maligaisaamaan

ground

தரை
tharai

guard

பாதுகாப்பாளர்
paathukaappaalar

guava

கொய்யா koyyaa

guide

வழிகாட்டி
vazhikaatti

guitar

கிடார் guitar

gulf

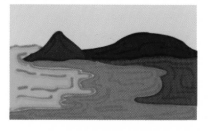

வளைகுடா
valaigudaa

gun

துப்பாக்கி thuppaakki

gypsy

நாடோடி naadodi

Hh

hair

முடி mudi

hairbrush

முடிபிரஷ்
mudi brush

a b c d e f **g** **h** i J k l m n o p q r s t u v w x y z

a b c d e f g h i j k l m n o p q r s t u v w x y z

hairdresser

சிகையலங்கார நிபுணர்
sigaiyalangaara nibunar

half

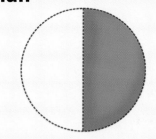

அரை arai

hall

மண்டபம்
mandapam

ham

ஹாம் மாமிசம்
ham maamisam

hammer

சுத்தியல்
suththiyal

hammock

ஹேமாக் ஊஞ்சல்
hammock uunjal

hand

கை kai

handbag

கைப்பை kaippai

handicraft

கைவினைப்பொருள்
kaivinaipporul

handkerchief

கைக்குட்டை
kaikkuttai

handle

கைப்பிடி kaippidi

hanger

ஹேங்கர் hanger

harbour
US English **harbor**

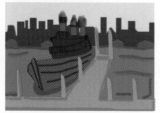

துறைமுகம்
thuraimugam

hare

முயல்   muyal

harvest

அறுவடை   aruvadai

hat

தொப்பி   thoppi

hawk

பருந்து   parundhu

hay

வைக்கோல்
vaikkool

head

தலை   thalai

headphone

ஹெட்ஃபோன்
headphone

heap

குவியல்   kuviyal

heart

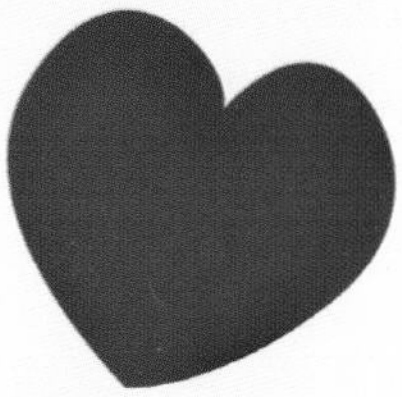

இதயம்   idhayam

heater

வெப்பம் தரும் சாதனம்
veppam tharum saathanam

hedge

புதர்வேலி   putharveli

a b c d e f g h i J k l m n o p q r s t u v w x y z

heel

குதிகால் kuthikaal

helicopter

ஹெலிகாப்டர்
helicopter

helmet

தலைக்கவசம்
thalaikkavasam

hen

கோழி kozhi

herb

மூலிகை mooligai

herd

கூட்டம் koottam

hermit

துறவி thuravi

hill

மலை malai

hippopotamus

நீர்யானை
neeryaanai

hive

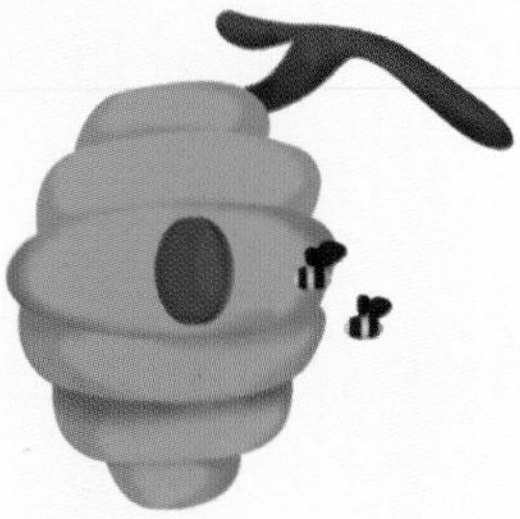

தேனடை thenadai

hole

ஓட்டை oottai

honey

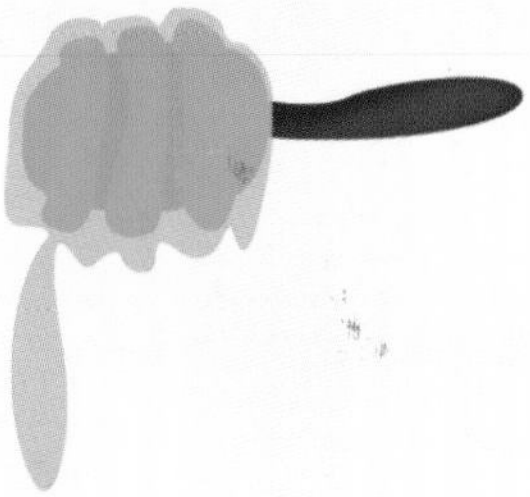

தேன் then

hood

தலையணி
thalaiyani

hook

கொக்கி　　kokki

horn

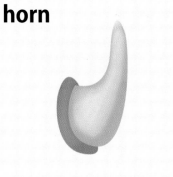

கொம்பு　　kombu

horse

குதிரை　　kuthirai

hose

குழாய்　　kuzhaay

hospital

மருத்துவமனை
maruththuvamanai

hotdog

ஹாட்-டாக்
hot-dog

hotel

தங்குமிடம்
thangumidam

hour

மணி　　mani

house

வீடு　　veedu

human

மனிதர்கள்
manithargal

hunter

வேட்டைக்காரர்
vettaikkaarar

a b c d e f g **h** i j k l m n o p q r s t u v w x y z

hurricane

சூறாவளி
sooraavali

husband

கணவர்   kanavar

hut

குடிசை   kudisai

Ii

ice

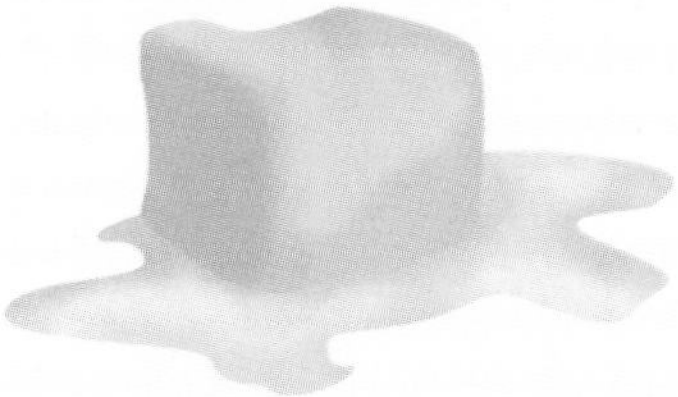

பனிக்கட்டி   panikkatti

iceberg

பனிப்பாறை
panippaarai

ice cream

ஐஸ் கிரீம்
ice cream

idol

சிலை   silai

igloo

இக்ளூ குடில்
igloo kudil

inch

அங்குலம்
angulam

injection

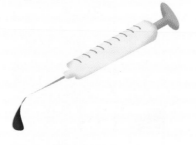

ஊசி   uusi

injury

காயம்   gaayam

ink

மை   mai

inn

தங்குமிடம்
thangumidam

insect

பூச்சி   poochchi

inspector

பரிசோதகர்
parisodhagar

instrument

இசைக்கருவி
isaikkaruvi

internet

இணையம்   inaiyam

intestine

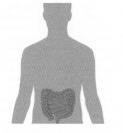

குடல்   kudal

inventor

கண்டுபிடிப்பாளர்
kandupidippaalar

invitation

அழைப்பு
azhaippu

iron

இஸ்திரி   isthiri

island

தீவு   theevu

ivory

தந்தம்   thandham

a b c d e f g h **i** J k l m n o p q r s t u v w x y z

J j

jackal

குள்ளநரி   kullanari

jacket

ஜாக்கெட்
jacket

jackfruit

பலாப்பழம்
palaappazham

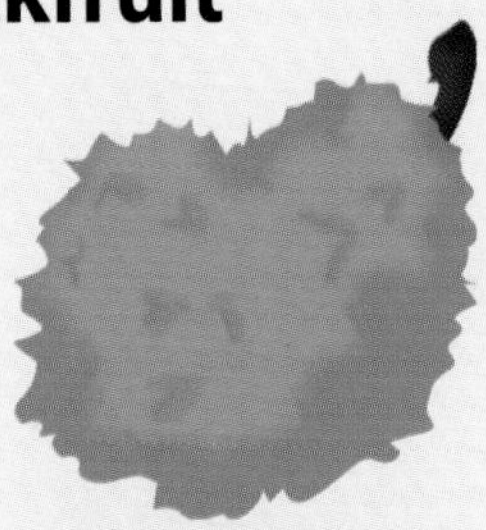

jam

பழப்பாகு
pazhappaagu

jar
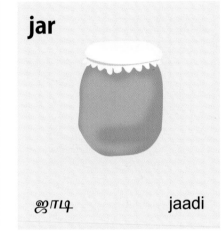
ஜாடி   jaadi

javelin

ஈட்டி   eetti

jaw

தாடை   thaadai

jeans

ஜீன்ஸ்   jeans

jelly

ஜெல்லி   jelly

jetty

படகுத்துறை
padaguththurai

jewellery
US English **jewelry**
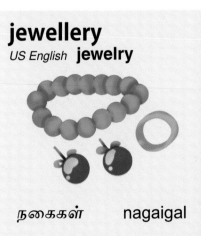
நகைகள்   nagaigal

jigsaw

ஜிக்ஸா புதிர்
jigsaw puthir

jockey

குதிரைசவாரி செய்பவர்
kuthiraisavaari seybavar

joker

கோமாளி komaali

journey

பயணம் payanam

jug

கூஜா goojaa

juggler

பந்துகளை மாற்றி விளையாடுபவர்
panthugalai maatri vilaiyaadubavar

juice

பழரசம் pazharasam

jungle

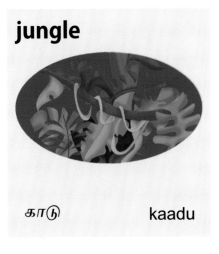

காடு kaadu

jute

சணல் sanal

Kk

kangaroo

கங்காரு kangaroo

kennel

நாய்க்கொட்டில்
naaykkottil

kerb
US English **curb**

பாதைவிளிம்பு
paathaivilimbu

kerosene

மண்ணெண்ணெய்
mannenney

ketchup

கெட்சப்   ketchup

kettle

கெட்டில்   kettle

key

சாவி   saavi

keyboard

விசைப்பலகை
visaippalagai

key ring

சாவிக்கொத்து
saavikkoththu

kidney

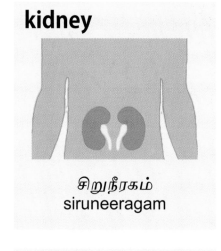

சிறுநீரகம்
siruneeragam

kilogram

கிலோகிராம்
kilogram

king

அரசர்   arasar

kiosk

கியாஸ்க்   kiosk

kiss

முத்தம்   muththam

kitchen

சமையலறை
samaiyalarai

kite

பட்டம் pattam

kitten

பூனைக்குட்டி
poonaikkutti

kiwi

கிவிப்பழம்
kiwippazham

knee

முழங்கால்
muzhangaal

knife

கத்தி kaththi

knight

வீரர் veerar

knitwear

பின்னலாடை
pinnalaadai

knob

குமிழ் kumizh

knock

தட்டுதல் thattudhal

knot

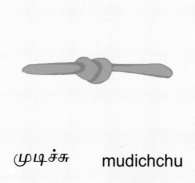

முடிச்சு mudichchu

knuckle

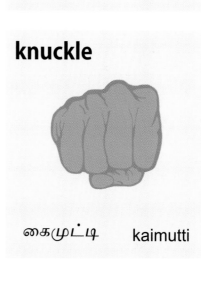

கைமுட்டி kaimutti

Ll

label

அடையாளப்பட்டை
adaiyaalappattai

laboratory

ஆய்வகம் aayvagam

lace

காலணியைக் கட்டும் கயிறு
kaalaniyai kattum kayiru

ladder

ஏணி eni

lady

பெண் pen

ladybird

US English **ladybug**

பொன்வண்டு
ponvandu

lagoon

உப்பங்கழி
uppankazhi

lake

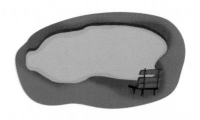

ஏரி eri

lamb

ஆட்டுக்குட்டி
aattukkutti

lamp

விளக்கு vilakku

lamp post

விளக்குக் கம்பம்
vilakku kambam

land

நிலம் nilam

lane

பாதை paathai

lantern

லான்டெர்ன் விளக்கு
lantern vilakku

laser

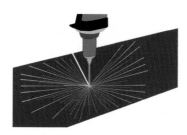

லேசர் laser

lasso

சுருக்குக்கயிறு
surukkukkayiru

latch

தாழ்ப்பாள்
taazhppaal

laundry

சலவை ஆடைகள்
salavai aadaigal

lawn

புல்வெளி pulveli

lawyer

வழக்கறிஞர்
vazhakkarinjar

layer

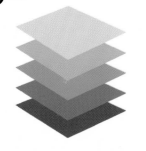

அடுக்கு adukku

leaf

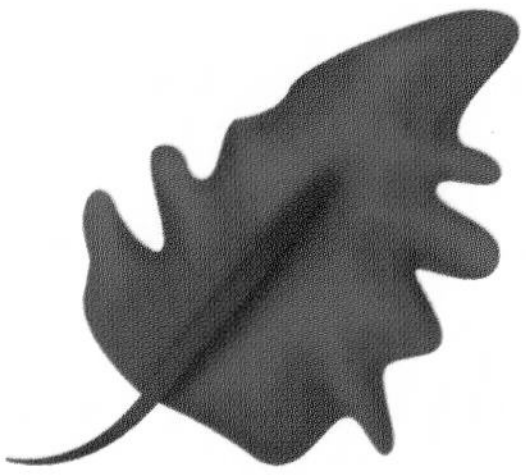

இலை ilai

leather

தோல் பொருள்கள்
thol porulgal

a
b
c
d
e
f
g
h
i
J
k
l
m
n
o
p
q
r
s
t
u
v
w
x
y
z

leg

கால் kaal

lemon

எலுமிச்சை
elumichchai

lemonade

எலுமிச்சை ரசம்
elumichchai rasam

lens

உருப்பெருக்கி
urupperukki

leopard

சிறுத்தை siruththhai

letter
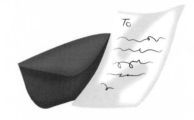

கடிதம் kaditham

letterbox
US English **mailbox**
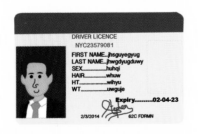

கடிதப்பெட்டி
kadithappetti

lettuce

லெட்யூஸ் lettuce

library

நூலகம் noolagam

licence

உரிமம் urimam

lid

மூடி moodi

light

வெளிச்சம்
velichcham

lighthouse

கலங்கரை விளக்கம்
kalangarai vilakkam

limb

கை, கால்கள்
kai, kaalgal

line

கோடு   kodu

lion

சிங்கம்   singam

lip

உதடு   udhadu

lipstick

உதட்டுச்சாயம்
udhattuchchaayam

liquid

திரவம்   dhiravam

list

பட்டியல்   pattiyal

litre
US English **liter**

லிட்டர்   litre

living room

வாழும் அறை
vaazhum arai

lizard

பல்லி   palli

load

எடை   edai

a b c d e f g h i j k **l** m n o p q r s t u v w x y z

loaf

ரொட்டி rotti

lobster

இரால் iraal

lock

பூட்டு poottu

loft

பரண் paran

log

மரக்கட்டை
marakkattai

loop

வளையம்
valaiyam

lorry

US English **truck**

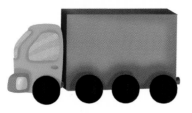

பார வண்டி
baara vandi

lotus

தாமரை thamarai

louse

பேன் paen

luggage

பயணச்சாமான்
payanasaamaan

lunch

மதிய உணவு
madhiya unavu

lung

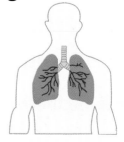

நுரையீரல்
nuraiyeeral

Mm

machine

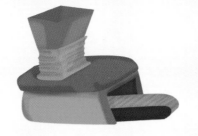

இயந்திரம் iyandhiram

magazine

பத்திரிகை paththirigai

magician

மந்திரவாதி
mandhiravaadhi

magnet

காந்தம் kaantham

magpie

மேக்பை பறவை
magpie paravai

mail

கடிதம் kaditham

mammal

பாலூட்டி paalootti

man

ஆண் aan

mandolin

மாண்டலின்
mandolin

mango

மாம்பழம்
maampazham

map

உலக வரைபடம்
ulaga varaipadam

a
b
c
d
e
f
g
h
i
J
k
l
m
n
o
p
q
r
s
t
u
v
w
x
y
z

maple

மேபிள் இலை
maple ilai

marble

மார்பிள் குண்டு
marble gundu

market

சந்தை   santhai

mask

முகத்திரை
mugaththirai

mast

பாய்மரக்கொம்பு
paaymarakkombu

mat

பாய்   paay

matchbox

தீப்பெட்டி
theeppetti

mattress

மெத்தை
meththai

meal

உணவு   unavu

meat

இறைச்சி   iraichchi

mechanic

பழுதுபார்ப்பவர்
pazhuthupaarppavar

medicine

மருந்து   marunthu

56

melon

முலாம்பழம்
mulaampazham

merchant

வியாபாரி
viyaabaari

mermaid

கடல் தேவதை
kadal dhevathai

metal

உலோகம்   ulogam

metre

US English **meter**

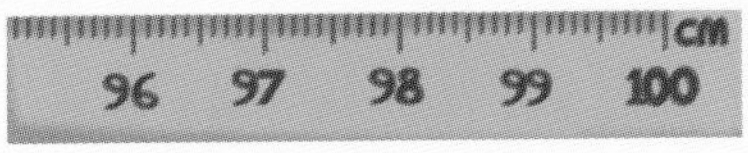

மீட்டர்   metre

microphone

ஒலிவாங்கி
olivaangi

microwave

நுண்ணலை அடுப்பு
nunnalai aduppu

mile

மைல்   mile

milk

பால்   paal

miner

சுரங்கத்தொழிலாளி
surangaththozhilaali

mineral

கனிமம்   kanimam

mint

புதினா   pudhinaa

a b c d e f g h i J k l m n o p q r s t u v w x y z

a b c d e f g h i j k l m n o p q r s t u v w x y z

minute

நிமிடம் nimidam

mirror

கண்ணாடி
kannaadi

mobile phone

மொபைல் தொலைபேசி
mobile tholaipesi

model

மாடல் அழகி
model azhagi

mole

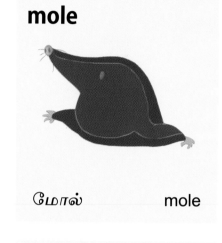

மோல் mole

money

பணம் panam

monk

துறவி thuravi

monkey

குரங்கு kurangu

monster

பூதம் boodham

month

மாதம் maadham

monument

நினைவுச்சின்னம்
ninaivuchchinnam

moon

நிலா nilaa

mop

துடைப்பான்
thudaippaan

morning

காலை kaalai

mosquito

கொசு kosu

moth

அந்துப்பூச்சி
andhuppochchi

mother

தாய் thaay

motorcycle

மோட்டார்-சைக்கிள்
motor-cycle

motorway

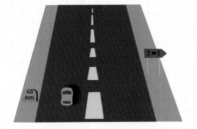

நெடுஞ்சாலை
nedunchaalai

mountain

மலை malai

mouse

எலி eli

mousetrap

எலிப்பொறி
elippori

moustache

மீசை meesai

mouth

வாய் vaay

mud

சேறு   seru

muffin

மஃபின் கேக்
muffin cake

mug

குவளை   kuvalai

mule

கோவேறு கழுதை
koveru kazhuthai

muscle

தசை   thasai

museum

அருங்காட்சியகம்
arungaatchiyagam

mushroom

காளான்   kaalaan

music

இசை   isai

musician

இசைக்கலைஞர்
isaikkalainjar

Nn

nail

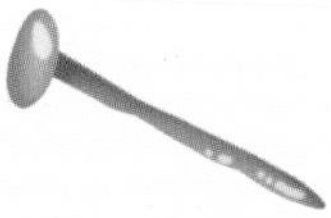

ஆணி   aani

napkin

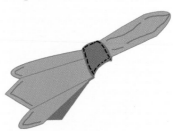

துடைக்கும் துணி
thudaikkum thuni

nappy
US English **diaper**

டயப்பர்   diaper

nature

இயற்கை   iyarkai

neck

கழுத்து   kazhuththu

necklace

கழுத்துமாலை
kazhuththumaalai

necktie

கழுத்துப்பட்டை
kazhuththuppattai

needle

ஊசி   uusi

neighbour
US English **neighbor**

பக்கத்துவீட்டுக்காரர்
pakkaththuveettukkaarar

nest

கூடு   koodu

net

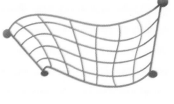

வலை   valai

newspaper

செய்தித்தாள்
seythiththaal

night

இரவு   iravu

nine

ஒன்பது   onbathu

a b c d e f g h i J k l m **n** o p q r s t u v w x y z

noodles

நூடுல்ஸ்   noodles

noon

நண்பகல்   nanpagal

north

வடக்கு   vadakku

nose
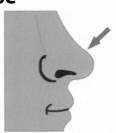
மூக்கு   mookku

note

குறிப்பு   kurippu

notebook

குறிப்பேடு
kurippeedu

notice

அறிவிப்பு   arivippu

number

எண்   en

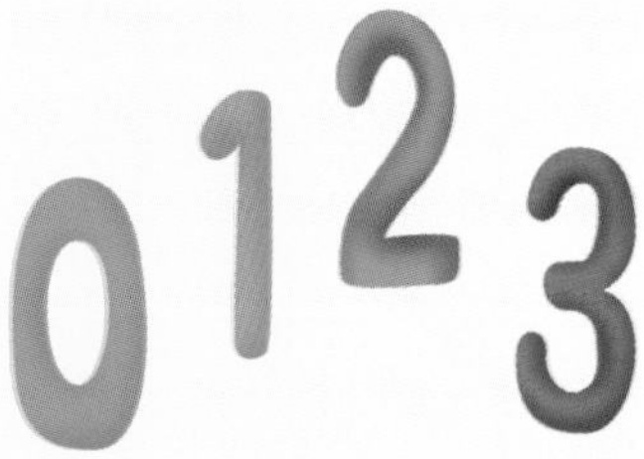

nun

கன்னியாஸ்திரி
kanniyaasthri

nurse

செவிலியர்
seviliyar

nursery

குழந்தைகள் நர்சரி
kuzhanthaigal nursery

nut

பருப்புவகைகள்
paruppuvagaigal

Oo

oar

துடுப்பு   thuduppu

observatory

ஆய்வுமையம்
aayvumaiyam

ocean

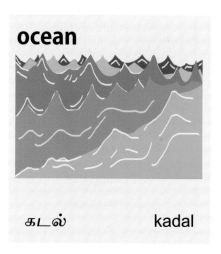

கடல்   kadal

octopus

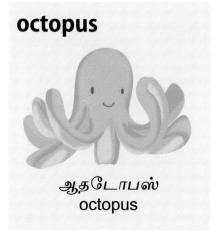

ஆதடோபஸ்
octopus

office

அலுவலகம்
aluvalagam

oil

எண்ணெய்   ennei

olive

ஆலிவ்   olive

omelette

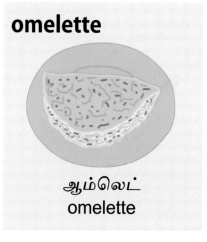

ஆம்லெட்
omelette

one

ஒன்று   onru

onion

வெங்காயம்
vengaayam

orange

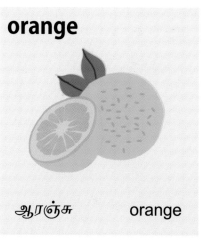

ஆரஞ்சு   orange

a b c d e f g h i J k l m n **o** p q r s t u v w x y z

orbit

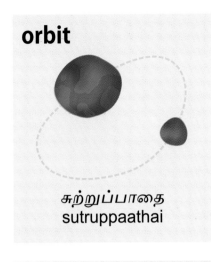

சுற்றுப்பாதை
sutruppaathai

orchard

பழத்தோட்டம்
pazhaththottam

orchestra

இசைக்குழு
isaikkuzhu

ostrich

நெருப்புக்கோழி
neruppukkoozhi

otter

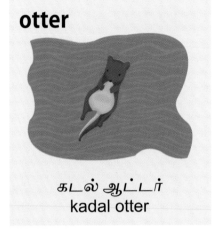

கடல் ஆட்டர்
kadal otter

oval

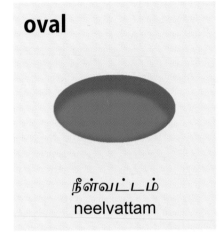

நீள்வட்டம்
neelvattam

oven

ஓவன்   oven

owl

ஆந்தை   aandhai

ox

எருது   erudhu

Pp

packet

பை   pai

page

பக்கம்   pakkam

pain
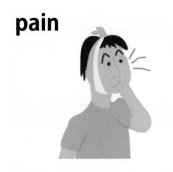
வலி   vali

paint

வண்ணம்   vannam

painting

ஓவியம்   ooviyam

pair

ஜோடி   joodi

palace

அரண்மனை
aranmanai

palm

உள்ளங்கை
ullangai

pan

பாத்திரம்
paaththiram

pancake

பான்கேக்   pancake

panda

பாண்டா   panda

papaya
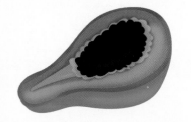
பப்பாளி   pappaali

paper

காகிதம்   kaagitham

parachute

பாராசூட்   parachute

a b c d e f g h i j k l m n o p q r s t u v w x y z

a b c d e f g h i j k l m n o p q r s t u v w x y z

parcel

பொட்டலம்
pottalam

park

பூங்கா poongaa

parrot

கிளி kili

passenger

பயணி payani

pasta

பாஸ்தா pasta

pastry

பேஸ்ட்ரி pastry

pavement

நடைபாதை
nadaipaathai

paw

மிருகத்தின் உள்ளங்கை
mirugaththin ullangai

pea

பட்டாணி pattaani

peach

பீச் பழம்
peach pazham

peacock

மயில் mayil

peak

உச்சி uchchi

peanut

வேர்க்கடலை
verkkadalai

pear

பேரிக்காய்
berikkaay

pearl

முத்து   muththu

pedal

மிதிகட்டை
mithikattai

pelican

பெலிகன் பறவை
pelican paravai

pen

பேனா   penaa

pencil

பென்சில்   pencil

penguin

பென்குவின்
penguin

pepper

சிவப்பு மிளகாய்
sivappu milagaay

perfume

வாசனை திரவியம்
vaasanai thiraviyam

pet

செல்லப்பிராணி
sellappiraani

pharmacy

மருந்தகம்
marunthagam

a b c d e f g h i J k l m n o **p** q r s t u v w x y z

photograph

புகைப்படம்
pugaippadam

piano

பியானோ   piano

picture

படம்   padam

pie

பை இனிப்புவகை
pie inippuvagai

pig

பன்றி   panri

pigeon

புறா   puraa

pillar

தூண்   thoon

pillow
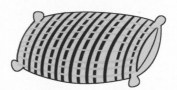
தலையணை
thalaiyanai

pilot

விமானமோட்டி
vimaanamotti

pineapple

அன்னாசி
annaasi

pink

இளஞ்சிவப்பு
ilansivappu

pipe

குழாய்   kuzhaay

pizza

பிட்ஸா   pizza

planet

கிரகம்   giragam

plant

செடி   sedi

plate

தட்டு   thattu

platform

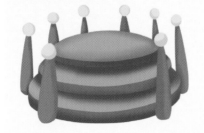

தளம்   thalam

platypus

ப்ளாடிபஸ்
platypus

player

ஆட்டக்காரர்
aattakkaarar

plum

பிளம் பழம்
plum pazham

plumber

குழாய் பழுதுபார்ப்பவர்
kuzhaay pazhuthupaarppavar

plywood

ப்ளைவுட்   plywood

pocket

பை   pai

poet

கவிஞர்   kavinjar

a b c d e f g h i j k l m n o **p** q r s t u v w x y z

a b c d e f g h i j k l m n o **p** q r s t u v w x y z

polar bear

துருவக் கரடி
dhuruva karadi

police

காவல்காரர்
kaavalkaarar

pollution

மாசு   maasu

pomegranate

மாதுளை   maathulai

pond

குளம்   kulam

porcupine

முள்ளம்பன்றி
mullampanri

port

துறைமுகம்
thuraimugam

porter

சுமைதூக்குபவர்
chumaithookkubavar

postcard

தபால் அட்டை
thabaal attai

postman

தபால்காரர்
thabaalkaarar

post office

தபால் நிலையம்
thabaal nilaiyam

pot

பூந்தொட்டி
poonthotti

potato

உருளைக்கிழங்கு
urulaikkizhangu

powder

தூள் thuul

prawn

இறால் iraal

priest

பாதிரியார்
paathiriyaar

prince

இளவரசன்
ilavarasan

prison

சிறை sirai

pudding

புட்டிங் உணவுவகை
pudding unavuvagai

pump

பம்ப் pump

pumpkin

பூசணிக்காய்
poosanikkaay

puppet

கை பொம்மை
kai bommai

puppy

நாய்க்குட்டி
naaykkutti

purse

பணப்பை panappai

Qq

quail

காடை kaadai

quarry

கற்சுரங்கம்
kalchurangam

queen

அரசி arasi

queue

வரிசை varisai

quiver

அம்பறாத்தூணி
ambaraaththooni

Rr

rabbit

முயல் muyal

rack

அடுக்கு adukku

racket

மட்டை mattai

radio

வானொலி
vaanoli

radish

முள்ளங்கி
mullangi

raft

மரக்கட்டைப் படகு
marakkattaip padagu

rain

மழை   mazhai

rainbow

வானவில்   vaanavil

raisin

உலர் திராட்சை
ular dhiraatchai

ramp

சரிவுப்பாதை
sarivuppaathai

raspberry

ராஸ்பெர்ரிப் பழம்
raspberry pazham

rat

எலி   eli

razor

சவரக்கத்தி
savarakkaththi

receipt

ரசீது   raseedhu

rectangle

செவ்வகம்
sevvakam

red

சிவப்பு   sivappu

restaurant

உணவகம்
unavagam

rhinoceros

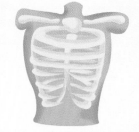

காண்டாமிருகம்
gaandaamirugam

rib

விலா எலும்பு
vilaa elumbu

ribbon

நாடா naadaa

rice

அரிசி arisi

ring

மோதிரம் mothiram

river

ஆறு aaru

road

சாலை saalai

robber

திருடன் thirudan

robe

ஆடை aadai

robot

இயந்திர மனிதன்
iyandhira manidhan

rock

பாறை paarai

rocket

ராக்கெட் rocket

roller coaster

ரோலர் கோஸ்டர்
roller coaster

room

அறை   arai

root

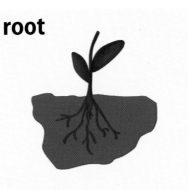

வேர்   ver

rope

கயிறு   kayiru

rose

ரோஜா   roja

round

உருண்டை   urundai

rug

கம்பளம்
kambalam

rugby

ரக்பி   rugby

ruler

அடிக்கோல்
adikkol

Ss

sack

சாக்கு   saakku

sail

கடல் பயணம்
kadal payanam

sailor

கடல்பயணி
kadalpayani

salad

சாலட் salad

salt

உப்பு uppu

sand

மணல் manal

sandwich

சாண்ட்விச்
sandwich

satellite

செயற்கைக்கோள்
seyarkaikkol

saucer

கோப்பை வைக்கும் சிறு தட்டு
koppai vaikkum chiru thattu

sausage

சாசேஜ் இறைச்சி
sausage iraichi

saw

ரம்பம் rambam

scarf

கழுத்துக்குட்டை
kazhuththukkuttai

school

பள்ளிக்கூடம்
pallikkoodam

scissors

கத்தரிக்கோல்
kaththarikkol

scooter

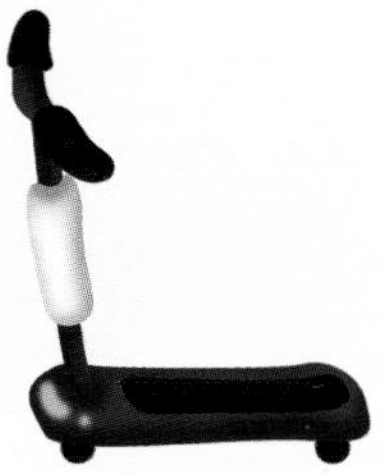

ஸ்கூட்டர்
scooter

scorpion

தேள் thel

screw

திருகாணி
thirugaani

sea

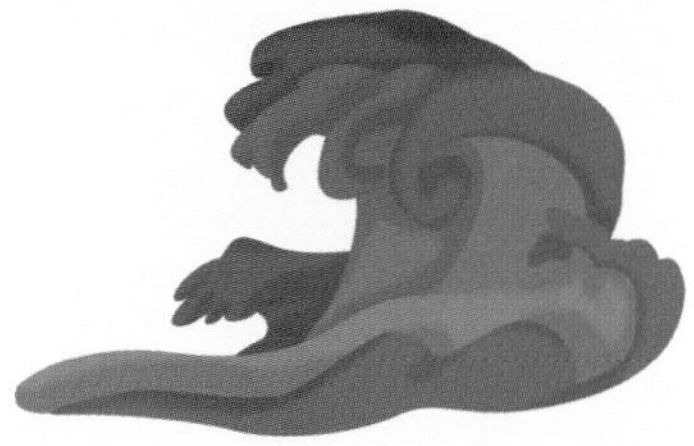

கடல் kadal

seal

சீல் seal

seat

இருக்கை irukkai

see-saw

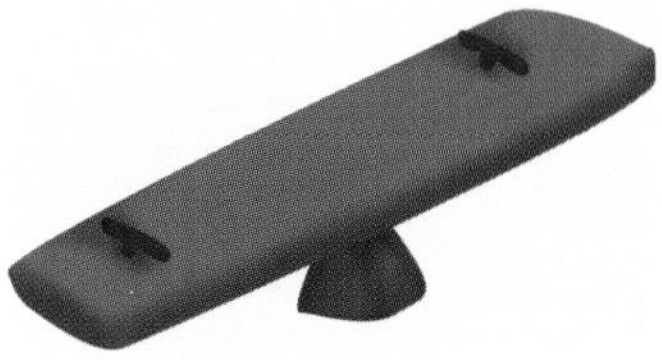

சீ-சா பலகை
see-saw palagai

seven

ஏழு eezhu

shadow

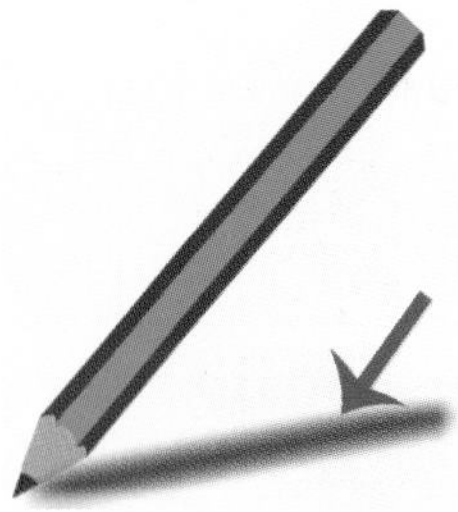

நிழல் nizhal

shampoo

ஷாம்பு shampoo

shark

சுறா suraa

sheep

செம்மறியாடு
semmariyaadu

a b c d e f g h i j k l m n o p q r s t u v w x y z

a b c d e f g h i j k l m n o p q r **s** t u v w x y z

shelf

அலமாரி   alamaari

shell

ஓடு   oodu

shelter

தங்குமிடம்
thangumidam

ship

கப்பல்   kappal

shirt

சட்டை   sattai

shoe

காலணி   kaalani

shorts

அரைக்கால்சட்டை
araikkaalsattai

shoulder

தோள்பட்டை
thoolpattai

shower

ஷவர்   shower

shutter

மூடும் கதவு
moodum kadhavu

shuttlecock

இறகுபந்து
iragupandhu

signal

போக்குவரத்து சிக்னல்
pokkuvarathu signal

silver

வெள்ளி   velli

sink

தொட்டி   thotti

sister

சகோதரி   sagodhari

six

ஆறு   aaru

skate

ஸ்கேட் காலணி
skate kaalani

skeleton

எலும்புக்கூடு
elumbukkoodu

ski

பனிச்சறுக்கு
panichcharukku

skin

தோல்   thol

skirt

பாவாடை   paavaadai

skull

மண்டையோடு
mandaiyodu

sky

வானம்   vaanam

skyscraper

உயரமான கட்டடம்
uyaramaana kattadam

a b c d e f g h i J k l m n o p q r s t u v w x y z

slide

சறுக்குமரம்
sarukkumaram

slipper

செருப்பு   seruppu

smoke

புகை   pugai

snail

நத்தை   naththai

snake

பாம்பு   paambu

snow

பனி   pani

soap

சோப்பு   soappu

sock

காலுறை   kaalurai

sofa

சோபா   sofa

soil

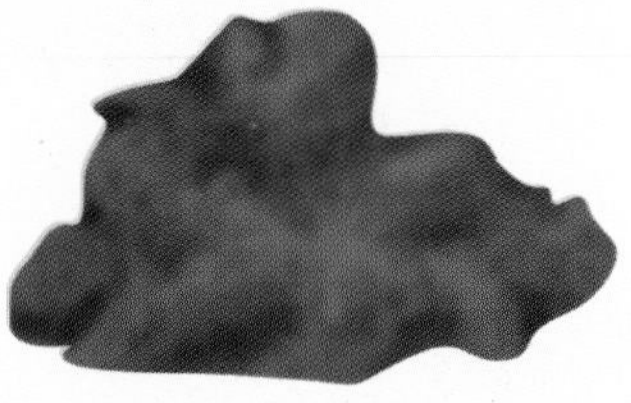

மண்   mann

soldier

ராணுவ வீரர்
raanuva veerar

soup

சூப்   soup

space

விண்வெளி
vinveli

spaghetti

ஸ்பகட்டி
spaghetti

sphere

கோளம்   koolam

spider

சிலந்தி   silanthi

spinach

கீரை   keerai

sponge

கடற்பஞ்சு
katalpanju

spoon

ஸ்பூன்   spoon

spray

தெளிப்பு
thelippu

spring

வசந்தகாலம்
vasanthakaalam

square

சதுரம்   sathuram

squirrel

அணில்   anil

stadium

அரங்கம்   arangam

stairs

மாடிப்படிகள்
maadippadigal

stamp

தபால்தலை
thabaalthalai

star

நட்சத்திரம்
natchaththiram

station

பேருந்து நிலையம்
perunthu nilaiyam

statue

சிலை   silai

stethoscope

ஸ்டெதாஸ்கோப்
stethoscope

stomach

வயிறு   vayiru

stone

கல்   kal

storm

புயல்   puyal

straw

உறிஞ்சுகுழல்
urinjukuzhal

strawberry

ஸ்ட்ராபெர்ரிப் பழம்
strawberry pazham

street

தெரு   theru

student

மாணவர்
maanavar

submarine

நீர்மூழ்கி
neermoozhgi

subway

சுரங்கப்பாதை
surangappaathai

sugar

சர்க்கரை
sarkkarai

sugarcane

கரும்பு karumbu

summer

கோடை kodai

sun

சூரியன் sooriyan

supermarket

பல்பொருள் அங்காடி
palporul angaadi

swan

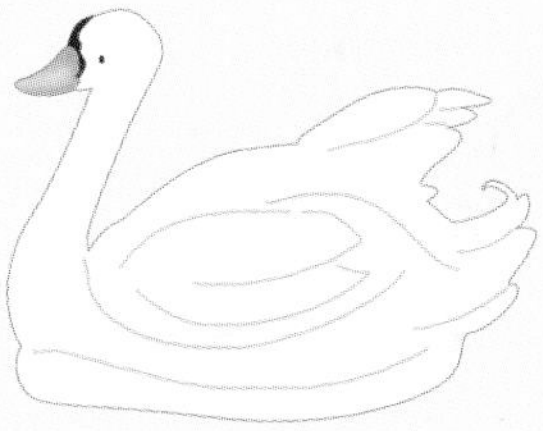

அன்னப் பறவை
anna paravai

sweet

இனிப்பு inippu

swimming pool

நீச்சல் குளம்
neechchal kulam

swimsuit

நீச்சலுடை
neechchaludai

swing

ஊஞ்சல் uunjal

switch

சுவிட்ச் switch

syrup

சிரப் மருந்து
syrup marundhu

Tt

table

மேசை mesai

tall

உயரம் uyaram

tank

பீரங்கி beerangi

taxi

வாடகைக் கார்
vaadagai car

tea

தேநீர் theneer

teacher

ஆசிரியர்
aasiriyar

teeth

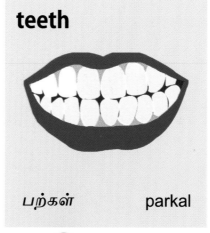

பற்கள் parkal

telephone

தொலைபேசி
tholaipesi

television

தொலைக்காட்சி
tholaikkaatchi

ten

பத்து paththu

tennis

டென்னிஸ்
tennis

tent

கூடாரம் koodaaram

thief

திருடன் thirudan

thread
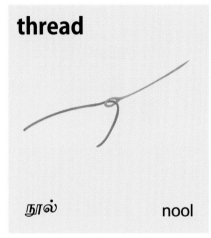
நூல் nool

three

மூன்று moonru

throat
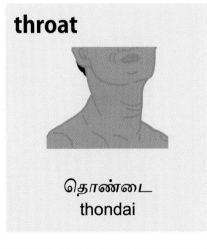
தொண்டை
thondai

thumb
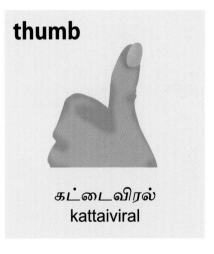
கட்டைவிரல்
kattaiviral

ticket

அனுமதிச்சீட்டு
anumathiseettu

tiger

புலி puli

toe
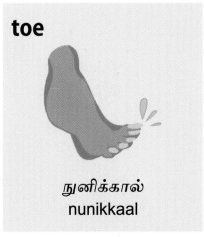
நுனிக்கால்
nunikkaal

a b c d e f g h i j k l m n o p q r s t u v w x y z

tofu

டோஃபு   tofu

tomato

தக்காளி   thakkaali

tongue

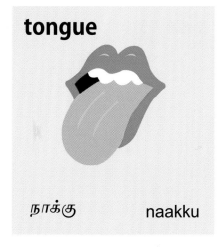

நாக்கு   naakku

tool

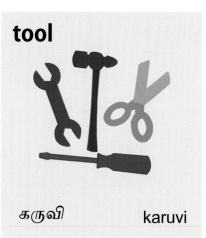

கருவி   karuvi

toothbrush

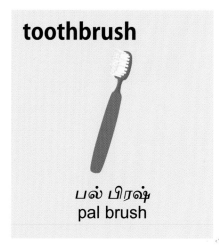

பல் பிரஷ்
pal brush

toothpaste

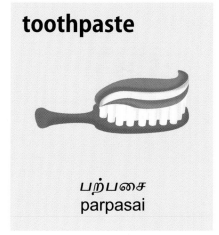

பற்பசை
parpasai

tortoise

ஆமை   aamai

towel

துண்டு   thundu

tower

கோபுரம்   gopuram

toy

பொம்மை
bommai

tractor

டிராக்டர்
tractor

train

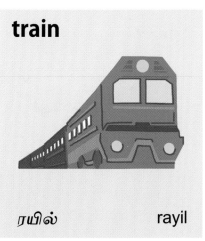

ரயில்   rayil

tree

மரம் maram

triangle

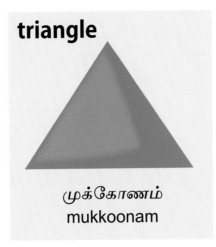

முக்கோணம்
mukkoonam

tub

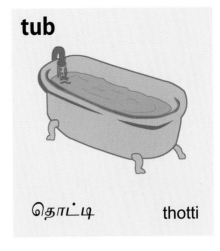

தொட்டி thotti

tunnel

சுரங்கப்பாதை
surangappaathai

turnip

டர்னிப் turnip

tyre
US English **tire**

டயர் tyre

Uu

umbrella

குடை kudai

uncle

மாமா maamaa

uniform

சீருடை seerudai

university

பல்கலைக்கழகம்
palkalaikkazhagam

utensil

பாத்திரம்
paaththiram

a b c d e f g h i J k l m n o p q r s t u v w x y z

Vv

vacuum cleaner

தூசு உறிஞ்சி
thoosu urinji

valley

பள்ளத்தாக்கு
pallaththaakku

van

வேன்   van

vase

ஜாடி   jaadi

vault

பெட்டகம்
pettagam

vegetable

காய்கறி
kaaykari

veil

தலையாடை
thalaiyaadai

vet

மிருக மருத்துவர்
miruga maruththuvar

village

கிராமம்   giraamam

violet

ஊதா   uuthaa

violin

வயலின்   violin

volcano

எரிமலை   erimalai

volleyball

வாலிபால்
volleyball

vulture

கழுகு   kazhugu

Ww

waist

இடுப்பு   iduppu

waitress

உணவு பரிமாறுபவர்
unavu parimaarubavar

wall

சுவர்   suvar

wallet

பணப்பை
panappai

walnut

வால்நட் பருப்பு
walnut paruppu

wand

மந்திரக்கோல்
mandhirakkol

wardrobe

அலமாரி
alamaari

warehouse

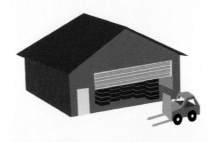

கிடங்கு   kidangu

a b c d e f g h i j k l m n o p q r s t u v w x y z

a b c d e f g h i j k l m n o p q r s t u v w x y z

wasp

குளவி kulavi

watch

கைக்கடிகாரம்
kaikkadigaaram

water

தண்ணீர் thanneer

watermelon

தர்பூசணி
tharpoosani

web

வலை valai

whale

திமிங்கிலம்
thimingilam

wheat

கோதுமை
gothumai

wheel

சக்கரம் sakkaram

whistle

ஊதி uuthi

white

வெள்ளை
vellai

wife

மனைவி manaivi

window

ஜன்னல் jannal

wing

இறக்கை
irakkai

winter

குளிர்காலம்
kulirkaalam

wizard

மந்திரவாதி
mandhiravaadhi

wolf

ஓநாய் oonaay

woman

பெண் penn

woodpecker

மரங்கொத்தி
marangoththi

wool

கம்பளி kambali

workshop

பட்டறை pattarai

wrist

மணிக்கட்டு
manikkattu

Xx

x-ray

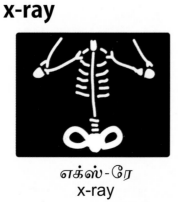

எக்ஸ்-ரே
x-ray

xylophone

சைலோபோன்
xylophone

a b c d e f g h i j k l m n o p q r s t u v w x y z

a b c d e f g h i J k l m n o p q r s t u v w x y z

Yy

yacht
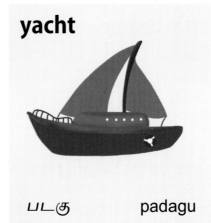
படகு padagu

yak

மலை எருது
malai eruthu

yard

கொல்லை kollai

yellow

மஞ்சள் manjal

yoghurt

தயிர் thayir

Zz

zebra
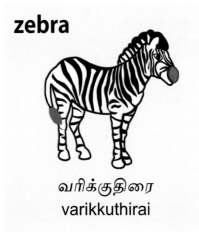
வரிக்குதிரை
varikkuthirai

zero

பூஜ்ஜியம்
poojjiyam

zip
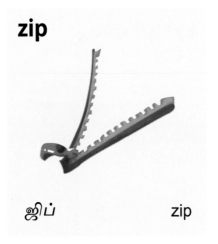
ஜிப் zip

zodiac

இராசி raasi

zoo

மிருகக்காட்சிச் சாலை
mirugakkaatchi saalai